புயல் மற்றும் மழைக்கு காரணம்

ராமானந்த சைதன்ய சந்திர தாஸ்

பகவான் கிருஷ்ணர், மகாவிஷ்ணு,

தெய்வத்திரு அ.ச.பக்திவேதாந்த சுவாமி பிரபுபாதா

பொருளடக்கம்

நன்றி   vii

1. புயல் மற்றும் மழைக்கு காரணம்   1

2. புயல் அனுபவம் இயற்கை சீற்றம்   5

3. புயல் – மேற்கொள்ள வேண்டிய நடவடிக்கைகள்   9

4. புயல் பாதுகாப்பு நடவடிக்கைகள்   12

நன்றி

தமிழ்நாடு மாநில பேரிடர் மேலாண்மை ஆணையம்
Tamil Nadu State Disaster Management Authority

1

புயல் மற்றும் மழைக்கு காரணம்

நம ஓம் விஷ்ணு பாதாய கிருஷ்ண ப்ரேஷ்டாய பூதலே ஸ்ரீமதே பக்திவேதாந்த ஸ்வாமின்
இதி நாமினே

நமஸ்தே சாரஸ்வதி தேவே கவுரவாணி ப்ரசாரிணே நிர்விஷேஷ சூன்யவாதி
பாஸ்சாத்ய தேச தாரிணே

ஜெய ஸ்ரீ கிருஷ்ண சைதன்ய பிரபு நித்தியானந்தா ஸ்ரீ அத்வைத கதாதர ஸ்ரீவாசாதி
கவுர பக்த விருந்தா

ஹரே கிருஷ்ண ஹரே கிருஷ்ண கிருஷ்ண கிருஷ்ண ஹரே ஹரே
ஹரே ராம ஹரே ராம ராம ராம ஹரே ஹரே

ஹரே கிருஷ்ண ஹரே கிருஷ்ண கிருஷ்ண கிருஷ்ண ஹரே ஹரே
ஹரே ராம ஹரே ராம ராம ராம ஹரே ஹரே

ஸ்ரீமத் பாகவத புராணம் ஐந்தாவது காண்டம் 22வது அத்தியாயம் 11ம் பதத்தை
பார்க்கலாம்

புயல் மற்றும் மழைக்கு காரணம்

TEXT 5.22.11

1.30

சந்திர கிரகத்திலிருந்து மேலே சென்றால் சில நட்சத்திரங்கள் வருகின்றன அந்த நட்சத்-
திர கூட்டத்திற்கு மேலே சென்றால் சுக்கிர கிரகம் வருகின்றது சூரிய கிரகம்தான் நமக்கு
மிக நெருங்கிய கிரகம் அதனால் வாரத்தின் முதல் நாள் ஞாயிற்றுக்கிழமை என்று உள்-
ளது. சூரியனைத்தாண்டி ஒரு லட்சம் யோஜனைகள், அதாவது 8 லட்சம் மைல்கள் சந்திர
கிரகம் அமைந்துள்ளது

2.00

சந்திரன் ஒரு சொர்க்க கிரகம் சந்திரனுக்கு போனதாக நவீனகாலத்து விஞ்ஞானிகளால்
சொல்லப்படுகின்றது ஆனால் அது உண்மை கிடையாது இதை அவர்களே ஏற்றுக் கொண்-
டிருக்கிறார்கள். சந்திர கிரகத்திற்குப் போக முடியாது ஏனென்றால் அது ஒரு சொர்க்க

கிரகம். சூரிய கிரகத்தை தாண்டிய பிறகே சந்திர கிரகத்திற்க்கு போகமுடியும் சூரியனுக்கு கீழே ராகு கிரகம் உள்ளது. ராகு கிரகத்திற்கு வேண்டுமொனால் நவீனகாலத்து விஞ்ஞானிகள் போயிருக்கலாம். ராகு, சூரியன், சந்திரன் இவ்வாறு கிரங்கள் அமைந்துள்ளது. ராகு சூரி-யனுக்கும் சந்திரனுக்கும் நடுவில் சுற்றுகிறார் அதனால் சந்திர கிரகணம், சூரிய கிரகணம் நடக்கின்றது நமது பூமிக்கு பக்கத்திலே இருப்பது ராகு கிரகம். அதற்கடுத்தது சூரிய கிரகம், அதற்கடுத்தது சந்திர கிரகம். ராகு சூரியனை பிடித்தால் அது சூரிய கிரகணம் சந்திரனை பிடித்தால் அது சந்திர கிரகணம். எல்லா கிரகங்களும் பயணித்துக்கொண்டே உள்ளது சந்-திரனும் ராகுவும் இணையும்போது அது சந்திர கிரகணம், சூரியனும் ராகுவும் இணையும்-போது அது சூரியகிரகணம். இவ்வாறு சூரிய கிரகணம் சந்திர கிரகணம் நிகழ்ந்துக்கொண்டே இருக்கும்

பூமிக்கு அருகாமையில் இருக்கக்கூடிய கிரகம் ராகு, அதற்கடுத்தது சூரியன் சூரியனுக்கு 8 லட்சம் மைல்கள் அதாவது ஒரு லட்சம் யோஜனைகள் மேலே சென்றால் சந்திர கிரகம் உள்ளது அது ஒரு சொர்க கிரகம். அங்கே சோமரசம் பருகுகிறார்கள் அது இன்பத்தைக் கொடுக்கக்கூடிய ஒரு கிரகம். சூரியனைவிட மிக வேகமாக மனோ வேகத்தில் செல்லக்-கூடிய கிரகம், மனதின் காரகனான சந்திரன் சூரியனைவிட மிக வேகமாக செல்கின்றார், சூரியன் 30து நாட்கள் பயணம் செய்யக்கூடியதை அவர் இரண்டரை நாட்களில் செல்கின்-றார்.

5.00 சந்திரன் அந்த அளவுக்கு மிக வேகமாக பயணம் செய்யக்கூடிய ஒரு கிரகம். சூரியன் 1 மாத காலம் ஒரு வீட்டில் இருப்பார். சந்திரன் இரண்டரை நாட்கள் மட்டுமே ஒரு வீட்டில் இருப்பார். 12 பாவங்களில் ஒவ்வொரு பாவங்களில் இரண்டரை நாட்கள் கழித்தால் மொத்தம் 28 நாட்களாகும் அமாவாசை, பௌர்ணமியினை சேர்த்தால் மொத்தம் 30 நாட்-களாகும். சனி கிரகம் ஒரு வீட்டில் இரண்டரை வருடங்கள் இருக்கின்றார், குரு ஒரு வீட்டில் ஒருவருட காலமும், ராகு-கேது ஒன்றரை வருடங்களும், செவ்வாய் கிரகம் 37 நாட்களும், சுக்கிரன், புதனும் அதைப்போல சுற்றுகிறார்கள்.

சூரியனுக்கு அருகாமையில் இருப்பவை சுக்கிரன், மற்றும் புதன் கிரகம். இரண்டு கிர-கங்களும் ஒரே வேகத்தில் செல்லக்கூடியவை, ஆனால் சுக்கிரன், புதன் வக்கிரமடையும் ஆனால் சூரியன், சந்திரன் வக்கிரமடைவதில்லை குரு, சனி, ராகு, கேது மிக நிதானமாக செல்லக்கூடிய கிரகங்கள், மிக வேகமாக செல்லக்கூடிய கிரகங்கள் என்று பார்த்தால் அவைகள் சுக்கிரன், புதன், சூரியன், சந்திரன், இதில் சூரியன், சந்திரனைத் தவிர மற்-றெல்லா கிரகங்களும் பின்நோக்கி செல்லக்கூடிய கிரகங்கள். தேய்பிறை, வளர்பிறை என்று நிகழ்வதற்கு காரணம் ராகு,கேது கிரகங்கள்.

7.00. சந்திரனை ராகு சூழ்ந்துவிடும்போது அமாவாசை, அல்லது கிரகணம், ராகு என்-பது ஒரு அசுர கிரகம், ராகு அமிர்தத்தை குடித்ததால் அழியாத்தன்மையை பெற்றுவிட்டது. அதனால் சூரியனையும், சந்திரனையும் விழுங்கிவிடும், ஆனால் பகவான் விஷ்ணுவின் சுதர்சன சக்கிரத்தை பார்த்து பயந்து ஓடிவிடும், ஒரு முகூர்த்தத்திற்கு மேல் சூரியனையும், சந்திரனையும் பிடிக்க முடியாது.

8.00 பகவான் விஷ்ணு அனைவரையும் பாதுகாக்கின்றார், வளர்பிறை தேவதைகளுக்-கானது, தேய்பிறை பித்ருக்களுக்கானது, வளர்பிறை என்பது தேவதைகளுக்கு பகல் நேரம்,

தேய்பிறை இரவு நேரம். பித்ருக்களுக்கு வளர்பிறை இரவு நேரம், தேய்பிறை பகல் நேரம். தேவதைகள் விழித்துக்கொள்ளும் நேரத்தில் பித்ருக்கள் உறங்கிவிடுவார்கள், தேவதைகள் உறங்கும் நேரத்தில் பித்ருக்கள் விழித்துக்கொள்வார்கள். தேவதைகள் பித்ருக்கள் இவ்வாறு ஆட்சி புரிகின்றார்கள்.

10.00

சந்திரன் 27 நட்சத்திரங்களில் பயணம் செய்கின்றது நமக்கு குளிர்ச்சியை கொடுக்கக்கூடிய கிரகம் சந்திர கிரகம், உணவு தானியங்கள், மூலிகை, மருந்துகள், காய்கறிகள், பழங்கள், ஆகிய அனைத்தும் சந்திர கிரகம் மூலமாக நமக்கு கிடைக்கின்றது. இவ்வாறு சந்திர கிரகம் நமக்கு உயிர் அளிக்கின்றது, இது நம் மனதின் தேவதை அதனால் அவர் மனோமய என்றழைக்கப்படுகின்றார் அவர் அன்னமய, அமிர்தமய என்றும் அழைக்கப்படுகின்றார்.

11.00 நம் மனதின் நிர்வாக அதிபதி சந்திரன் உணவு, மருந்து, காய், கனிகள் சோம ரசம் இதனாலேயே கிடைக்கின்றது இதனால் இது சர்வமயா அல்லது பரமாத்மா என்றழைக்கப்படுகின்றது. சந்திரனும், சூரியனும் பரமாத்மா கிரங்கள் எல்லா இடங்களிலும் பரவியுள்ளது. ராஜ கிரகம், ராகு அரசர்களை பிடிக்கின்றது.

12.00 மேருமலைக்கு வலப்பக்கமாக இந்த கிரகங்கள் வலம் வருகின்றன சூரியனைவிட வேகமாக செல்லக்கூடியது அபிஜித் நட்சத்திரத்தினை சேர்த்து மொத்தம் 28 நட்சத்திரங்கள் உள்ளன. இந்த நட்சத்திர கூட்டத்திலிருந்து 16 லட்சம் மைல்கள் மேலே சென்றோமேயானால் சுக்கிர கிரகம் உள்ளது, சுக்கிர கிரகம்தான் நமக்கு மழையினை கொடுக்கக்கூடியது. சூரியன் செல்லக்கூடிய வேகத்தில் இதுவும் செல்லும், சில நேரத்தில் வேகமாகவும், சில நேரத்தில் வக்கிரமாகவும் செல்லக்கூடியது புதன், சுக்கிரன், சனி, குரு, செவ்வாய், கிரங்கள். ராகு, கேது பின்நோக்கி செல்லக்கூடிய கிரங்கள். சூரியன், சந்திரன், பின் நோக்கி செல்வது கிடையாது. சுக்கிர கிரகம்தான் மழை வருவதற்கு காரணம்.

15.00 மழைவருவதற்கு தடங்களாக இருக்கும் அனைத்து விசயங்களையும் விலக்கக்கூடியது சுக்கிர கிரகம். நமக்கு நல்ல பலனையளிக்கக்கூடிய கிரகம் சுக்கிர கிரகம், இதனால் நமக்கு மழைவருகின்றது. எல்லோருக்கும் நன்மை பயக்கக்கூடிய கிரகம் புதன் கிரகம். புதன் கிரகம் சுக்கிரனைப் போன்றே நன்மை பயக்கக்கூடிய கிரகம் சுக்கிரன் அசுர குரு, சுக்கிராசாரியர், பிருகு, இந்திராணி, லட்சுமி தாயார், பரசுராம அவதாரம், இதன் மூலமாக நிகழ்ந்ததாக சொல்லப்படுகின்றது, புதன் திருப்பதி வெங்கடாசலபதி பெருமாள், குபேரன் புதன் கிரகத்தின் ஆதிக்கத்தில் உள்ளவர்கள், பெருமாளிடமே அனைத்து சக்திகளும் உள்ளன புத்த அவதாரம், நாஸ்திகர்கள், ஜோதிடர்கள், வியாபாரிகள், வைஷ்யர்கள், பவுதீகமான கல்வி, யட்டசர்கள், ராட்சசர்கள் புதன் கிரகத்தின் ஆதிக்கத்தில் இருக்கிறார்கள்.

17.00 புதன் கிரகம் சூரியனுக்கு பின்னால் அல்லது சூரியனுக்கு முன்னால் அல்லது சூரியனுக்கு அருகிலேயே செல்லக்கூடியது இது சுக்கிர கிரகத்திலிருந்து 16 லட்சம் மைல்களுக்கு மேலே அமைந்துள்ளது. பூமியிலிருந்து 72 லட்சம் மைல்கள் மேல்நோக்கியுள்ளது புதன் கிரகம் இவர் பிரகஸ்பதியின் மனைவி தாராவுக்கும் சந்திரனுக்கும் பிறந்ததாகச் சொல்லப்படுகிறது, புதன் சந்திரனுடைய மகன் அனைவருக்கும் நல்லது செய்யக் கூடிய கிரகம்.

புதன் கிரகம் சூரியனோட போகாமல் வக்ரகதியடைந்தால் புயல் உண்டாகும் சரியான மழை வருவதில்லை மழை வராத மேகம், புதன் கிரகத்திலிருந்து 16 லட்சம் மைல்கள்

மேலே அமையப்பெற்ற கிரகம் செவ்வாய் கிரகம், பூமியிலிருந்து 88 லட்சம் மைல்கள் மேலே உள்ளது செவ்வாய் கிரகம். இது ஒரு கொடூரமான கிரகம், போர் கிரகம் என்று சொல்லப்படுகின்றது, தேவதைகளின் சேனாதிபதி முருகபெருமான் இதற்கு அதிபதி, மழை வருவதற்கு சாதகமான கிரகம் கிடையாது.

2

புயல் அனுபவம் இயற்கை சீற்றம்

தமிழகத்தை புயல் பாதித்து வருகின்றது, புயல் வருவதற்கு காரணம் புதன் கிரகம் என்று சொல்லப்படுகின்றது புதன் கிரகம் சூரியன் இருக்கக்கூடிய வீட்டில் இருந்து பின்-நோக்கி உள்ளது சூரிய கிரகத்திலிருந்து புதன் கிரகம் பதினான்கு டிகிரி பின்தங்கி உள்ளது சூரியன் 25 டிகிரி விருச்சிகத்திலிருகின்றார் புதன் 24 டிகிரி துலாம் ராசியில் இருக்கின்றார் 14 டிகிரி வித்தியாசம் சூரியனுக்கும் புதனுக்கும் உள்ளது இவ்வாறு பின்நோக்கி செல்வதால் புயல் வருவதாக பாகவத புராணம் 5.22.11 உள்ளது. புதன் கிரகம் சந்திரனுடைய மகனாக கருதப்படுகின்றது அனைவருக்கும் நன்மை செய்யக்கூடிய சுபக்கிரகம் சுக்கிரன், புதன், குரு, புதன் சமுதாயத்திற்கு நன்மையை செய்வார் ஆனால் இவர் சூரியனுக்கு அருகாமையில் சென்றால் நன்மை நடக்கும் சூரியனுக்கு பின்னால் இவர் பயணிக்கும் போது புயல் வரும் சரியான மழை பொழியாது.

2.00 மழை பெய்யாத மேகம் நமக்கு பயத்தை உண்டாக்கும் குறைவான அல்லது அதி-கமான மழையை உண்டாக்கும் புயல் புதன் கிரகத்தால் ஏற்படுகின்றது அடுத்தது செவ்வாய்-கிரகம் மழைவராமல் பிரச்சனையை உண்டாக்கும், வக்கிரத்தை அடையும், சுக்கிர கிரகம் நமக்கு மழையை உண்டாக்கும், புதன் கிரகம் புயலை உண்டாக்கும், செவ்வாய் கிரகம் மழை வராமல் தடுக்கும்.

எனது புயல் அனுபவம்

திருவள்ளூர் மாவட்டம், ஆர்.கே பேட்டை தாலுக்காவில் உள்ள எனது கிராமத்தில் மிக வேகமாக காற்று வீசிக்கொண்டிருந்தது மழைகுறைந்து விட்டது ஆனால் காற்று வீசுவது அதிகமாகிவிட்டது மழையில்லாமல் காற்று மிக வேகமாக 50/60 கிமீ வேகத்தில் வீசிக்-கொண்டுடிருந்தது காற்று பலமாக தொடர்வண்டியின் வேகத்தில் உள்ளதாக நான் உனறுகி-றேன் நவீன காலத்து விஞ்ஞானிகள் இதை அளவிடலாம். மிகவும் அடர்ந்த இருட்டு.

4.00 பௌதீக உலகமே இருட்டானது வெளிச்சத்திற்கு சூரியன், சந்திரன் தேவைப்படு-கின்றது, நெருப்பு தேவைப்படுகின்றது பௌதீக உலகத்தில் அனைத்தும் தேவைப்படுகின்றது ஆன்மீக உலகத்தில் அனைத்தும் சுய பிரகாசமான கிரகங்கள் என்று சொல்லப்படுகின்றது.

சுய பிரகாசமான லோகங்கள் ஆன்மீக லோகங்கள். பௌதீக உலகத்தில் ஒளி ஊட்டுவதற்க்-காக சூரியன், சந்திரன் போன்ற கிரகங்கள் தேவைப்படுகின்றது. கிருஷ்ணர் சொல்கின்றார் ''ந சூர்யோ ந சசாங்கோ ந பாவகா யத்கத்வா ந நிவர்தந்தே தத்தாம பரமம் மம'' என்னு-டைய உலகத்தில் சூரியன், சந்திரன், நெருப்பு தேவையில்லை யார் என்னுடைய லோகத்-திற்கு வருகின்றார்களோ

அவர்கள் துன்பமயமான தற்காலிகமான இந்த உலகத்திற்கு வரவேண்டிய அவசி-யமில்லை கிருஷ்ணர் வாழும் லோகம் ஆனந்தமயமானது, நிரந்தரமானது நாம் வாழும் லோகம் துன்பமயமானது இருள் சூழ்ந்தது அறியாமை நிறைந்தது கிருஷ்ணர் நம் அனை-வரையும் ஆன்மீக லோகத்திற்கு அழைக்கின்றார் நாமோ அதை உதாசீனப்படுத்திகொண்டு இவ்வுலகிலேயே வாழ நினைக்கின்றோம் இறைவன் கூறுவதை நாம் ஏற்றுக்கொள்ள தயா-ராக இல்லை பல்வேறு நபர்கள் கூறும் கூற்றினை நாம் ஏற்றுக்கொள்கின்றோம் போலியான மதக்குருக்கள், போலியான சாமியார்கள்,

6.00 விஞ்ஞானிகள், மருத்துவர்கள், அரசியல்வாதிகள், நடிகர்கள், நடிகைகள், விளை-யாட்டு வீரர்கள் கூறுவதை ஏற்றுக்கொள்கின்றோம் ஆனால் உண்மையான விசயத்தை நாம் தவறவிடுகின்றோம் ஆர்வமில்லாமல் இருக்கின்றோம் இதுதான் கலியுகத்தின் லட்சணம் ''மந்த சுமந்த மதயோ மந்த பாக்யா உபத்ரூதா'' கலியுகத்தில் மக்கள் அனைவரும் மந்த புத்தி உடையவர்களாக, அதிரிஷ்டம் இல்லாதவர்களாக, அல்ப ஆயுள் உடையவர்களாக பல்வேறு தீய குணங்கள் உடையவர்களாக இருக்கின்றார்கள்.

7.00 எனது புயல் அனுபவம் ஹரே கிருஷ்ண இங்கு மிகவும் மழைபொழிந்து கொண்-டிருக்கின்றது இங்கே மின்சாரம் துண்டுக்கப்பட்டுள்ளது மிகவும் இருளாக உள்ளது மழை பொழிந்துக் கொண்டேயுள்ளது குளிர் அதிகமாகியுள்ளது இது ஒரு வித்தியாசமான அனு-பவம், ஏழு நாட்கள் பகவான் கிருஷ்ணர் கோவர்த்தன மலையை தூக்கி வைத்திருந்தார், அந்த நேரத்தில் இவ்வாறே நிகழ்ந்திருக்கும் இந்திரன் சாம்வர்த்தக மழையை வரவழைத்தார் உலகத்தை அழிப்பதற்க்காக பயன்படுத்தபடக்கூடிய இந்த மழை தன் சுயபெருமையை காட்-டுவதற்க்காக கிருஷ்ணர் மேல் பயன்படுத்தினார் இந்திரன்

8.00 பகவான் கிருஷ்ணர் சர்வ வல்லமை படைத்தவர் இந்திரனிடமிருக்கும் சக்தி தன்-னிடமிருந்து பெற்றது என்பதை நிரூபித்து விருந்தாவன வாசிகளை காப்பாற்றினார் பகல் இரவு பாராமல் ஏழு நாட்கள் தொடர்ந்து மழை பொழிந்தது அத்தருணத்தில் விருந்-தாவன வாசிகளை பகவான் கிருஷ்ணர் காப்பாற்றியிருக்கிரார். கோவர்த்தன மலையை தூக்கி பிடித்து கோபிகைகள், கோபாலர்கள், அன்னை யாசோதா, நந்த மகாராஜர், பசுமாடு, கன்றுகளையும் காப்பாற்றியிருக்கிரார் பகவான் கிருஷ்ணர்.

9.00 ஏழு நாட்கள் தொடர்ந்து மழை, இடி இருந்தது, குளிர், இருட்டு அதிகமாக இருந்திருக்கும் அதையெல்லாம் பொறுத்துக்கொண்டு கிருஷ்ணரின் கருணையை ஏங்கி கிருஷ்ணரின் முகத்தை பார்த்துக்கொண்டு அவர்கள் கிருஷ்ணரின் நினைவாகவே இருந்-தார்கள், ஏழு நாட்கள் கிருஷ்ணரின் முகத்தை பார்த்துக்கொண்டு அவருடன் கோவர்த்தன மலைக்கு அடியில் அவர்கள் வசித்து வந்தார்கள் உணவு, நீர் என்ற எந்த கவலையும் இல்-லாமல் ஏழு நாட்கள் தொடர்ந்து தங்கியிருந்தார்கள்

ஏழு நாட்களுக்கு பிறகு இந்திரனுக்கு ஞானோதயமானது அவர் தனது செயலை நிறுத்திக்கொண்டார் மழையை நிறுத்தி கோமாதாவுடன் வந்து கிருஷ்ணரிடம் மன்னிப்பு கோரினார், பகவான் கிருஷ்ணர் பக்தவத்சலர் அவருக்கு தற்பெருமை பிடிக்காது தன் பக்தர்களிடம் பணிவை விருப்புகின்றார் இந்திரனிடம் பதவி தரும் கர்வம் இருந்ததால் அதை நீக்குவதற்க்காக இவ்வாறு செய்தார். கோவர்த்தன லீலை மிக முக்கியமான லீலை கோவர்த்தன மலையை தூக்கிப்பிடித்து நாசகார மழையிலிருந்து விருந்தாவன வாசிகளை பகவான் கிருஷ்ணர் காப்பாற்றியிருக்கிறார்.

11.00 இதைபோன்று இந்த நிவார் புயல் நமக்கு பல்வேறு துன்பத்தை கொடுத்துக்-கொண்டுள்ளது இது இயற்கை சீற்றம் புயல் இப்படிப்பட்ட நிகழ்வுகள் உலகில் நடந்-துக்கொண்டே இருக்கும் இது கிரகங்களின் மாற்றத்தால் ஏற்படுகின்றது கிரக மாற்றத்தால் படைத்தல், பாதுகாத்தல், அழித்தல், நிகழ்ந்துக்கொண்டே இருக்கும் சில நேரத்தில் படைக்-கப்படுகின்றது, சில நேரத்தில் பாதுகாக்கப்படுகின்றது, சில நேரத்தில் அழிக்கப்படுகின்-றது. அனைத்தையும் செய்பவர் பகவான் கிருஷ்ணர், அவரது சக்தியே எல்லா இடங்களி-லும் இயங்கிகொண்டுள்ளது. படைப்பதற்கென்று பிரம்மா சரஸ்வதியும், பாதுகாப்பதற்கென்று விஷ்ணுவும், மகாலட்சுமியும், அழிப்பதற்க்காக சிவபெருமான், துர்கா சக்தியும் உள்ளனர்.

12.00 விஷ்ணுபக்தர்கள் பாதுகாப்பதில், ஈடுபடுவார்கள் அதாவது இந்திரன் முதலான தேவதைகள் ஆதித்தியர்கள் உலகத்தை பாதுகாப்பதில், நிற்வாகத்தில் ஈடுப்பட்டிருப்பார்கள் அடுத்தது பிரம்மா போன்றவர்கள், பல்வேறு இசையை உருவாக்குகின்றார்கள், வியாபாரம், தொழில் நிறுவனம், விவசாயம், பசுப் பரிப்பாலனம், செய்கின்றார்கள். தொலைக்காட்சி பெட்டி, சலவைப்பெட்டி, குளிர்சாதனபெட்டி போன்ற பல்வேறு கருவிகளை உருவாக்குகின்-றார்கள். அந்த காலத்தில் விவசாய பொருட்கள், கைவினைப் பொருட்கள், நகை, ஆடை, ஆபரணங்களை உருவாக்கினார்கள் உருவாக்குவது வைசியர்களுக்கானது, அரசர்கள் ஆட்சி புரிகின்றனர் பிறரை அழிப்பது, ஆட்சி செய்வது, போர் செய்வது சத்திரியர்களுக்கானது. ஆட்சியோ, நாடோ, அரசாங்கமோ ராஜோகுணத்தில் உருவாக்குகின்றார்கள். வைசியர்கள், சூத்திரர்கள் அனைவருக்கும் உதவி செய்கிறார்கள், படைப்பது, பாதுகாப்பது, அழிப்பது, தமோகுணத்தில் அனைத்தையும் அழிக்கின்றனர், மக்கள் அழிவு செயல்களை அதிகமாக செய்துக் கொண்டு வருகின்றனர் தமோகுணம் அதிகமாகிவிட்டதால் அழிவும் அதிகமாகி-விட்டது

14.00 தன்னைத்தானே அழித்து கொள்கிறார்கள் மேலும் புயல், பூகம்பம், சுணாமி, போன்ற பல்வேறு இயற்கை சீற்றங்களால் அழிவு ஏற்படுகின்றது, அழிவு சக்தி ஆதிக்கம் செலுத்துகின்றது. இந்த மூன்று குணங்கள் எப்போதும் உள்ளது, ஒரு சக்தி படைக்கின்றது, ஒரு சக்தி பாதுகாக்கின்றது, ஒரு சக்தி அழிக்கின்றது புயல் என்பது அழிவு சக்தி என்று நாம் எடுத்துக்கொள்ளலாம். மழை வருவது நமக்கு நல்லது, அதிகமாக மழை வந்தாலும் பாதிப்புதான், மழையே வராமல் இருந்தாலும் பாதிப்புதான்.

15.00 அனைவருக்கும் எந்தவிதமான பாரபட்சமின்றி அருளை வழங்குகின்றார் பகவான் கிருஷ்ணர் "சமோஹம் சர்வ பூதேசு" அனைவருக்கும் சமமானவர் "நமே திவேஷ்ய நபி-ரயஹ" அவர் யாருக்கும் எதிரியும், நண்பரும் கிடையாது எல்லோருக்கும் விதையளிக்கும் தந்தை நான்தான் என்று பகவத்கீதையில் அவர் கூறுகின்றார். நாம் அனைவரும் இறை-

வனின் திருநாட்டிற்க்கு திரும்பி செல்ல வேண்டும், இறைவனின் திருநாமத்தை உச்சரிக்க வேண்டும், எனது தாமத்திற்க்கு வாருங்கள் என்று அவர் கூறுகின்றார், பல்வேறு லீலைகளை நிகழ்த்திக் காட்டுகின்றார். நாமும் அந்த லீலையில் பங்கேற்பதற்கு நமக்கு வாய்ப்பளிக்கின்றார் அந்த லீலைகளை கேட்ட மாத்திரத்தில் ஆன்மீகத்தில் நாம் முன்னேறிவிடலாம் அந்தளவுக்கு சக்திவாய்ந்தது பகவான் கிருஷ்ணர் புரியும் லீலைகள்.

16.00 அதைப்பற்றி நாம் கேட்க வேண்டும் சிரவணம், கீர்த்தனம், விஷ்ணோ ஸ்மரணம், அர்ச்சனம், வந்தனம், சக்யம், ஆத்ம நிவேதனம், போன்ற பக்தி தொண்டில் நாம் ஈடுபடவேண்டும், அவரைப்பற்றி கேட்க வேண்டும், அவரைப்பற்றி நினைக்கவேண்டும், அவரை வழிபட்டு அவருக்கு தொண்டு செய்ய வேண்டும், அவரிடம் நட்புறவாக இருக்க வேண்டும், அவரிடம் சரணாகதி அடைய வேண்டும். இவ்விதமாக நவவித பக்திதொண்டில் நாம் ஈடுபடவேண்டும். சிருஷ்டி, ஸ்திதி, பிரளயம் நடந்துக்கொண்டே இருக்கும் பின் ஒருகாலத்தில் பகவான் விஷ்ணு மீனாக அவதாரமேடுத்து உலகத்தை காப்பாற்றியிருக்கின்றார் நியூஹா என்ற ஒரு மன்னர் பகவான் விஷ்ணுவின் பக்தர்

17.00 அவரது காலத்தில் அழிவு ஏற்பட்டிருக்கின்றது அப்போது பகவான் விஷ்ணு மீனாக அவதாரம் எடுத்து அந்த அரசரையும் பல்வேறு உயிர்களையும் காப்பாற்றியிருகின்றார் அவ்வப்போது படைப்பது, பாதுகாப்பது, அழிப்பது நிகழ்ந்துக் கொண்டேயிருக்கும் அவ்வாறு பார்த்தோமேயானால் பிரம்மாவின் பகலில் உருவாக்குகின்றனர் பிரம்மாவின் இரவில் அனைத்தும் அழிக்கப்படுகின்றது. 'பூத்வா பூத்வா பிரலியதே' (பகவத்கீதை) பிரம்மாவின் பகலில் படைகின்றனர் பிரம்மாவின் இரவில் அனைத்தும் அழிக்கப்படுகின்றது. ஆன்மீக உலகத்தில் அனைத்தும் நிறந்தரமாக இருக்கின்றது எதுவும் படைக்கப்படுவதோ அழிக்கப்படுவதோ கிடையாது.

18.00 பௌதீக உலகத்தில் மூன்று குணங்கள் இருப்பதால் மூன்று செயல்கள் செய்யப்படுகின்றது ஆனால் ஆன்மீக உலகத்தில் மூன்று குணங்கள் கிடையாது அங்கு சுத்த சத்துவம் என்ற ஒரு குணம் மட்டும் உள்ளது. நான்கு யுகங்கள் உள்ளன அவை சத்திய யுகம் திரேதா யுகம், துவாபர யுகம், கலி யுகம். சத்திய யுகத்தில் சத்துவ குணம் நிறைந்திருக்கும் படிப்படியாக ரஜோகுணம், தமோகுணம் வளர்ச்சியடையும் கலி யுகத்தில் முழுமையாக தமோகுணம் ஆதிக்கம் செலுத்தும் தமோகுணத்தில் இருப்பவர்கள் ஆதிக்கம் செலுத்துவார்கள். "கலௌ சூத்திர சம்பவஹ" கலி யுகத்தில் அனைவரும் சூத்திரர்கள் என்று சொல்லப்படுகின்றது.

3

புயல் - மேற்கொள்ள வேண்டிய நடவடிக்கைகள்

தமிழகத்தின் கடற்கரைப் பகுதிகள் புயலினால் மிகவும் பாதிப்பிற்குள்ளாகும் பகுதிகளாகும். தமிழகத்தின் 13 கடலோர மாவட்டங்கள் மிக அதிக மற்றும் அதிகமாக புயல் மற்றும் வெள்ளத்தினால் பாதிப்பிற்குள்ளாகும் மாவட்டங்களாகும். பல புயல் சீற்றங்கள் ஏற்பட்டாலும் குறிப்பிட்ட சீற்றங்களே மிக அதிக பாதிப்புகளை உண்டாக்கும். குறிப்பாக, இராமேஸ்வரம் புயல், நிசா புயல், தானே புயல், நீலம் புயல், வர்தா புயல் ஆகியன பெரும் சேதத்தினை ஏற்படுத்தியுள்ளன. 2015ம் ஆண்டில் சென்னை மற்றும் அதன் சுற்றுவட்டாரங்களில் ஏற்-பட்ட வெள்ளமானது வரலாறு காணாத கன மழையினால் ஏற்பட்டது. மேலும் இவ்வெள்-ளத்தினால் சென்னை மற்றும் அதனை சுற்றியுள்ள மாவட்டங்கள் தண்ணீரில் மூழ்கி பெரும் பாதிப்பிற்குள்ளாகின.

புயலின் போது உண்டாகும் பலத்த சூறாவளிக் காற்று, கடல்சீற்றம் மற்றும் கனமழை ஆகிறவற்றினால் அதிக பாதிப்புகள் ஏற்படுகின்றன. கடல் சீற்றத்தினால், கடல் நீர்மட்டம் உயரும் செயலானது புயல் காலங்களில் அதிக பாதிப்புகளை ஏற்படுத்தும். குறிப்பாக, அதிக எண்ணிக்கையிலான உயிர் இழப்புகள் ஏற்பட வாய்ப்புண்டு. புயலின் போது ஏற்படும் பலத்த காற்றானது, கடல் மட்டத்தினை உயர்த்திட வழிவகுக்கும். இதன் காரணமாக, கடற்கரையை ஒட்டியுள்ள வீடுகளுக்கு மிகுந்த ஆபத்துகள் ஏற்பட வாய்ப்புண்டு. புயலின் போது ஏற்படும் பலத்த காற்றானது, மரங்களை வேரோடு சாய்த்து விடுவதன் விளைவாக மனித உயிர்க-ளுக்கு பெரும் காயங்கள் ஏற்படுவதோடு, வீடுகள், வாகனங்கள் மற்றும் உடைமைகளுக்கு சேதங்கள் ஏற்படுகின்றன. வேரோடு சாயும் மரங்கள் மற்றும் மின்கம்பங்கள், பொது மக்க-ளுக்கு காயங்கள் மற்றும் மின்சாரம் பாய்ந்து இறத்தல் போன்ற நிகழ்வுகள் ஏற்பட வழிவ-குக்கின்றன.

புயல் - மேற்கொள்ள வேண்டிய நடவடிக்கைகள்

பேரிடருக்கு முன்

இந்திய வானிலை ஆய்வு மையம் நான்கு நிலைகளில் புயல் சம்பந்தமான எச்சரிக்கைத் தகவல்கள் அறிவிக்கின்றன. முதல் எச்சரிக்கைத் தகவலானது "புயலுக்கு முன் கண்காணித்-

தல்" - புயல் உருவாவதற்கு 72 நேரத்திற்கு முன் வழங்கப்படும் எச்சரிக்கைத் தகவலாகும். இரண்டாம் தகவலானது "புயல் தயார் நிலை" - 48 மணி நேரத்திற்கு முன்பாக வழங்கப்-படும் தகவலாகும். இத்தகவலில் புயல் உருவாகும் இடம் செறிவு, புயல் நகரும் திசை, புயல் ஏற்படின் பாதிப்பிற்குள்ளாகும் கடலோர மாவட்டங்கள் குறித்தும், மீனவர்கள், பொதுமக்கள், ஊடகம் மற்றும் பேரிடர் மேலாண்மை நிறுவனங்கள் கடைபிடிக்க வேண்டிய அறிவுரைகள் குறித்தும் அடங்கியிருக்கும். : மூன்றாம் நிலையானது "புயல் எச்சரிக்கை" - புயல் கடற்க-ரையை தாக்கவதற்கு 24 மணி நேரத்திற்கு முன்பாக வழங்கப்படும் தகவல் ஆகும். இத்-தகவலில், புயல் எந்த இடத்தில் கடலை கடக்கும் என்ற செய்தி அடங்கியிருக்கும். இந்த எச்சரிக்கைத் தகவலானது மூன்று மணி நேரத்திற்கு ஒரு முறை, தற்போது புயல் மையம் கொண்டுள்ள இடம், செறிவு, எந்த இடம் மற்றும் எந்த நேரத்தில் புயல் கரையை கடக்-கும் என்பன பற்றிய தகவல்களும், மழை பெய்யக்கூடிய பகுதிகள், பலத்த காற்று மற்றும் கடல் சீற்றம் ஏற்படக்கூடிய தகவல்கள் குறித்தும் மீனவர்கள், பொதுமக்கள், ஊடகம் மற்-றும் பேரிடர் மேலாண்மை நிறுவனங்கள் கடைபிடிக்க வேண்டிய அறிவுரைகள் ஆகியன அடங்கியிருக்கும். நான்காம் நிலையானது, "புயல் கடற்கரையை கடந்த பின்பு ஏற்படக்கூடிய நிகழ்வுகள் குறித்த கண்ணோட்டம்"- புயல் கடற்கரையைக் கடக்கும் 12 மணி நேரத்திற்கு முன்பு வழங்கப்படும் தகவல் ஆகும். இத்தகவலில் புயல் மேலும் நகர்ந்து செல்லும் திசை மற்றும் அதன் காரணமாக உள்ள பகுதிகளில் நிகழக்கூடிய மோசமான வானிலை நிகழ்-வுகள் குறித்தும் அடங்கியிருக்கும். புயல் எச்சரிக்கைத் தகவல் அறிக்கையில் கீழ்க்கண்ட வண்ணக்குறிப்புகள் மூலம் புயல் எச்சரிக்கைத் தகவல்கள் வழங்கப்படும்.

எச்சரிக்கை நிலைவண்ணக்குறிப்பு

புயல் எச்சரிக்கை இல்லை - பச்சை

புயலுக்கு முன் கண்காணித்தல் - மஞ்சள்

புயல் தயார் நிலை - ஆரஞ்சு

புயல் எச்சரிக்கை - சிவப்பு

பேரிடருக்குப்பின்

புயலின்போது ஏற்பட்ட சேதங்களை மதிப்பீடு செய்தல் காணாமல் போனவர்களை கண்-டறிவதற்கும், மனித உயிரிழப்புகள் மற்றும் காயங்கள், உடைமைகள் சேதம், கால்நடை இழப்புகள் மற்றும் பயிர் சேதங்கள் என அனைத்து விதமான சேதங்களுக்கும் நிவாரணம் வழங்கிட மதிப்பீடு செய்ய குழுக்கள் அமைத்தல் குப்பைகளை அகற்றுதல், கீழே விழுந்த மரங்களை அப்புறப்படுத்துதல், மின் கம்பிகளை சீரமைத்தல் மற்றும் அடிப்படை கட்டமைப்பு வசதிகளை சீரமைத்தல் போன்ற பணிகளுக்கு அதிக பணியாளர்களை நியமனம் செய்தல் பாதிப்புகள் அதிகம் ஏற்படின், உயிரிழந்த மனித உடல்கள் மற்றும் கால்நடைகளின் உடல்-களை அப்புறப்படுத்துவதற்கு போர்க்கால அடிப்படையில் சிறப்புக் குழுக்கள் நியமனம் செய்-தல்

சாலையோரங்களில் கொட்டப்படும் உணவுப்பொருள்களை அப்புறப்படுத்துதல் வான்வழி மூலம் உணவு மற்றும் அத்தியாவசியப் பொருள்களை, வெள்ளம் மற்றும் கனமழைக் காலங்-களில் அணுக முடியாத பகுதிகளுக்குக் கொண்டு சேர மாவட்ட நிர்வாகம் முடிவு செய்தல். நிவாரண முகாம்களில் தங்க வைக்கும் மக்களுக்கு உணவுப்பொருள்கள் வழங்கிட நடவடிக்-

கைகள் மேற்கொள்ளுதல் தங்க வைக்கப்பட்டுள்ள மக்களுக்கு அவர்களது பாதுகாப்பினைக் கருதி போர்வைகள் மற்றும் துணிகள் போதுமான அளவில் வழங்கிட நடவடிக்கைகளை மேற்கொள்ளுதல்

குழந்தைகள், முதியவர்கள், பெண்கள் மற்றும் விதவைகள்ஆகியோருக்கு உள்ளாடைகள் மற்றும் கூடுதல் துணிகள் வழங்கிட நடவடிக்கைகள் மேற்கொள்ளுதல் பாதிக்கப்பட்ட சாலை-களில் வாகனங்கள் செல்வதற்கு ஏதுவாக உடனடியாக சீரமைத்தல் ஜே.சி.பி, டிராக்டர்கள் போன்ற இயந்திரங்களை ஏற்பாடு செய்தல்

நன்றி https://tnsdma.tn.gov.in/pages/view/Cyclone

4

புயல் பாதுகாப்பு நடவடிக்கைகள்

புயல் (Cyclone)

புயல் என்பது, கடலில் ஏற்படும் குறைந்த காற்றழுத்தத் தாழ்வு மண்டலம் அல்லது குறைந்த அழுத்த மண்டலமாகும். புயலின் மத்தியில் குறைந்த அழுத்தமும் அதனைச் சுற்றி அதிக அழுத்தமும் உருவாகியிருக்கும். கடற்பகுதியில் தோன்றும் புயலானது நிலப்பகுதியைக் கடக்கும்பொழுது வலுவிழக்கிறது. இந்தியா, அயன மண்டலப் புயலால் பாதிக்கப்படுகிறது. தென்னிந்தியக் கடற்கரைப் பகுதிகள் மற்றப் பேரிடர்களைவிடப் புயலால் பெருமளவில் பாதிப்புக்குள்ளாகின்றன. ஒவ்வோர் ஆண்டும் ஆந்திரப் பிரதேசம், தெலுங்கானா, ஒடிசா ஆகிய மாநிலங்கள் பெரும்சேதத்திற்கு உள்ளாகின்றன. உலகில் புயலால் பாதிக்கப்படும் 6 முக்கியப் பகுதிகளுள் இந்தியக் கடற்கரைப் பகுதியும் ஒன்று.

தமிழ்நாட்டில் புயலால் பாதிக்கப்படும் மாவட்டங்கள் தமிழ்நாட்டில் 13 கடற்கரை மாவட்டங்கள் அயன மண்டலப் புயலால் பாதிக்கப்படுகின்றன. இப்புயல் மே-ஜூன் மற்றும் அக்டோபர்-நவம்பர் மாதங்களில் வீசுகிறது அம்மாவட்டங்கள் வருமாறு:

திருவள்ளூர், சென்னை, காஞ்சிபுரம், விழுப்புரம், கடலூர், நாகப்பட்டினம், திருவாரூர், தஞ்சாவூர், புதுக்கோட்டை இராமநாதபுரம், தூத்துக்குடி, திருநெல்வேலி, கன்னியாகுமரி, புயலின் தாக்கம் புயல் எப்பொழுதும் பலத்த காற்றுடன் பெருமழையை ஏற்படுத்துகிறது. அதன் விளைவாக, மரங்கள் சாய்தல், வடிகால் பாதித்தல் மின்சாரத் துண்டிப்பு, நீர் தேங்குதல், நோய்கள் பரவுதல், பயிர்கள் அழிதல், மண் அரிப்பு, கட்டடங்கள் சிதைவடைதல் மற்றும் உயிர்ச்சேதங்கள், பொருட்சேதங்கள் முதலியன ஏற்படுகின்றன. புயலின் பாதிப்பால் இந்தியாவில் ஒவ்வோர் ஆண்டும் ஏராளமான மக்கள் உயிரிழக்கின்றனர்.

புயல் வருவதற்கு முன் செய்ய வேண்டியவை

தாழ்வான பகுதியிலிருந்து உயரமான பகுதிகளுக்குச் செல்ல வேண்டும். பழைய கட்டடங்களில் வசிப்பவர்கள் தற்காலிகமாக வேறு இடங்களுக்குச் செல்ல வேண்டும். உடைமைகள், ஆவணங்கள் மற்றும் அணிகலன்களைப் பாதுகாப்பாக வைத்திருக்க வேண்டும். பேட்டரியால் இயங்கும் வானொலிப் பெட்டி, பிளாஸ்டிக் டார்ச் விளக்கு, மண்ணெண்ணெய்

விளக்கு முதலியவற்றைப் பாதுகாப்பான இடத்தில் வைத்திருக்க வேண்டும் முதலுதவிச் சாதனங்களைத் தயார் நிலையில் வைத்திருக்க வேண்டும். குறைந்தது ஏழு நாளுக்குத் தேவையான உணவுப் பொருள், எரிபொருள், குடிநீர், உயிர்காக்கும் மருந்து முதலியவற்றைச் சேமித்தல் வேண்டும். மேலும் கால்நடைகள், செல்லப்பிராணிகளைப் பாதுகாப்பான இடத்தில் சேர்த்தல் வேண்டும்.

செய்யக்கூடாதவை

புயல் எச்சரிக்கைகளை அலட்சியப்படுத்துதல் கூடாது. புயல் எச்சரிக்கை விடுத்தபின், அவ்வப்போது திறந்தவெளியில் நின்று வேடிக்கை பார்த்தல் கூடாது.

புயல் வீசும்பொழுது செய்ய வேண்டியவை

வீட்டிற்குள் அமைதியாக இருத்தல் வேண்டும். மின் பொருள்களையும், சாதனங்களையும் தற்காலிகமாக நிறுத்த வேண்டும். வண்டியில் பயணிக்கும்பொழுது வண்டியைப் பாதுகாப்பான இடத்தில் நிறுத்திவிட்டு வண்டிக்குள்ளேயே இருக்க வேண்டும்.

செய்யக்கூடாதவை

மேல் தளத்தில் இருத்தல் கூடாது. கைப்பேசி / தொலைபேசியைப் பயன்படுத்துதல் கூடாது. பழுதடைந்த கட்டடங்கள், பாலங்கள் மற்றும் மரங்களுக்குக் கீழ் நிற்க கூடாது. கதவுகள், ஜன்னல்களின் அருகில் இருத்தல் கூடாது. மீனவர்கள், கடலுக்கு மீன் பிடிக்கச் செல்லல் கூடாது.

புயலுக்குப் பின் செய்ய வேண்டியவை

நீர் தேங்கியுள்ள பகுதிகளில் நீர் வடிய தற்காலிகக் கால்வாய் அமைக்க வேண்டும். நோய்ப் பரவலைத் தடுப்பதற்காகக் கொதிக்க வைத்த நீரையே பருக வேண்டும். புயலில் சிக்-கியவர்களுக்கு உடனடி முதலுதவியும், மருத்துவச் சிகிச்சையும் அளிக்க வேண்டும். உள்ளூர் வானொலி மற்றும் தொலைக்காட்சியில் சொல்லப்படும் குறிப்புகளைக் கவனிக்க வேண்டும். தொங்கும் பலகைகள், இரும்புக் கம்பிகள் ஆபத்து விளைவிக்கக்கூடிய பொருள்கள் ஆகி-யவற்றை அகற்ற வேண்டும்.

புயல் அபாயம் முற்றிலும் நீங்கிவிட்டதை உறுதிசெய்த பின்னரே வெளியில் வர வேண்-டும்.

செய்யக்கூடாதவை

சுற்றுப்பயணம் செல்லுதல் கூடாது. தொங்கிக் கொண்டிருக்கும் அல்லது தரையில் கிடக்-கும் மின்சாரக் கம்பிகளைத் தொடுதல் கூடாது.

தமிழ்நாடு மாநிலப் பேரிடர் மேலாண்மை முகமை

மழை சீசனில் பின்பற்ற 10 பாதுகாப்பு நடவடிக்கைகள்

மழைக்காலத்தில் உயிரிழப்பைத் தடுப்பதற்காக கடைபிடிக்க வேண்டிய பாதுகாப்பு முன்-னெச்சரிக்கை நடவடிக்கைகள் 'மழைக் காலங்களில் புயல், வெள்ளம் காரணமாக பொருட்-சேதங்கள் ஏற்படுவது மட்டுமின்றி உயிரிழப்பும் ஏற்படக் கூடும். எனவே, பின்வரும் முன்-னெச்சரிக்கை நடவடிக்கைகளை பொதுமக்கள் மேற்கொள்ள வேண்டும்' மழைக்காலத்தில் மின்சார விளக்குகளை பொருத்துவதற்கு முன்னரும், எடுப்பதற்கு முன்னரும் சுவிட்சை ஆப் செய்ய வேண்டும். உடைந்த சுவிட்சுகளையும், பிளக்குகளையும் உடனே மாற்றி விட வேண்-டும். டிவி ஆண்டனா, ஸ்டே ஒயர் மற்றும் கேபிள் டிவி ஒயர்களை வீட்டின் அருகே

செல்லும் மேல்நிலை மின்கம்பிகளுக்கு அருகில் கட்ட வேண்டாம். வீட்டுக்கு சரியான நில இணைப்பு (எர்த் பைப்) போட்டு அதை குழந்தைகள், விலங்குகள் தொடாத வகையில் அமைத்து சரியாக பராமரிக்க வேண்டும். மேலும், சுவிட்சுகள், பிளக்குகள் போன்றவை குழந்தைகளுக்கு எட்டாத உயரத்தில் அமைக்க வேண்டும்.

மின்கம்பத்தின் மீது கொடி கயிறு கட்டி துணி காய வைக்கும் செயலை தவிர்க்க வேண்டும். குளியலறை, கழிப்பறை ஆகிய ஈரமான இடங்களில் சுவிட்சுகளை பொருத்த வேண்டாம். மின் கம்பத்திலோ, அவற்றைத் தாங்கும் கம்பிகளிலோ கால்நடைகளை கட்ட வேண்டாம். மின்கம்பங்களை பந்தல்களாக பயன்படுத்தக் கூடாது. மழைக் காலங்களில் மின்-மாற்றிகள், மின்கம்பிகள், மின்பகிர்வுப் பெட்டிகள், ஸ்டே ஒயர்கள் ஆகியவற்றின் அருகே செல்ல வேண்டாம். மழை, புயல் காற்றால் அறுந்து விழுந்த மேல்நிலை மின்சார கம்பி அருகில் செல்லக் கூடாது. இதுகுறித்து, மின்வாரிய அலுவலகத்துக்கு உடனடியாக தகவல் கொடுக்க வேண்டும். இடி, மின்னல் ஏற்படும்போது டிவி, மிக்சி, கிரைண்டர், கணினி, தொலைபேசி போன்றவற்றை பயன்படுத்த வேண்டாம். இடி, மின்னல் ஏற்படும்போது மின்-கம்பங்கள், மரங்கள், மின்கம்பிகள் ஆகியவற்றின் கீழே நிற்பதை தவிர்க்க வேண்டும்.

ஆதாரம்: தமிழ்நாடு மின்சார வாரியம்